കണക്കിലെ
രസബിന്ദുക്കൾ

AF658921

ടി ശിവദാസ്

ചിന്ത പബ്ലിഷേഴ്സ്
തിരുവനന്തപുരം-695 001

ടി ശിവദാസ്

1937 ഡിസംബർ 15ന് കൊയിലാണ്ടിക്കടുത്ത കൊല്ലത്ത് ജനനം. അച്ഛൻ: ചെമ്മന കുഞ്ഞിക്കണ്ണൻ. അമ്മ: തൈക്കണ്ടി നാരായണി.

കൊല്ലം എ യു പി സ്കൂൾ, ജില്ലാബോർഡ് ഹൈസ്കൂൾ കൊയിലാണ്ടി, മലബാർ ക്രിസ്ത്യൻ കോളേജ്, മദ്രാസിലെ പച്ചയ്യപ്പാസ് കോളേജ്, അണ്ണാമല സർവകലാശാല എന്നിവിടങ്ങളിൽ വിദ്യാഭ്യാസം.

വിദ്യാഭ്യാസ വകുപ്പ്, നാഷണൽ എംപ്ലോയ്മെന്റ് സർവീസ്, കാലിക്കറ്റ് സർവകലാശാല എന്നിവിടങ്ങളിൽ സേവനം.

സംസ്ഥാനവിദ്യാഭ്യാസ ഇൻസ്റ്റിറ്റ്യൂട്ടിന്റെ റിസോഴ്സ് പേഴ്സൺ, ഗണിതശാസ്ത്ര ടെക്സ്റ്റ് ബുക്ക് കമ്മിറ്റി അംഗം, കരിയർ കോളമിസ്റ്റ്.

കണക്കിലെ എളുപ്പവഴികൾ എന്ന ഗ്രന്ഥത്തിന്റെ കർത്താവ്.

ഭാര്യ : ടി പത്മിനി

മക്കൾ : സുദീപ്ത് ജീവൻ, ദീപാ ബിജു

വിലാസം : ചെമ്മന, പോസ്റ്റ് കാപ്പാട്,
(വഴി) ചേമഞ്ചേരി, പിൻ – 673304

ഒരുനിമിഷം

വിദ്യാർഥികളും ഉദ്യോഗാർഥികളുമാണ് കൺമുന്നിൽ. അവരിൽ അന്വേഷണത്വരയും വിവിധ മേഖലകളിലെ മത്സരങ്ങളെ വിജയകരമായി നേരിടാൻ വേണ്ട ആത്മവിശ്വാസവും ഉളവാക്കുകയാണ് ലക്ഷ്യം.

കടലാസിലെ കറുത്ത ചോദ്യമായി കാണുമ്പോഴാണ് കണക്ക് വിരസമാകുന്നത്. ജീവിതവുമായി ബന്ധപ്പെടുത്തിയാൽ അത് രസകരവും എളുപ്പവുമാവുന്നു.

ഇതിലെ ഓരോന്ന് മാത്രമായി വായിക്കുക. മനസിൽ വിഭാവനം ചെയ്യുക. അൽപ്പം കഴിയുമ്പോൾ ഉത്തരം ഉണർന്നുവരും. അതിനുശേഷം മാത്രം രണ്ടാം പകുതിയിൽ കൊടുത്ത ഉത്തരവുമായി താരതമ്യം ചെയ്യുക. ചിലപ്പോൾ കൂടുതൽ എളുപ്പമുള്ള പ്രക്രിയയായിരിക്കാം നിങ്ങളുടെ മനസിൽ തെളിഞ്ഞത്. ആഹ്ലാദിക്കുക. തെറ്റിയെങ്കിൽ എവിടെയെന്ന് മനസിലാക്കുക. തുടർന്ന് മറ്റൊന്നു വായിക്കുക. ഇങ്ങനെയാവുമ്പോഴാണ് ആസ്വാദ്യമാവുക. ചോദ്യങ്ങൾ വായിച്ച ഉടനെ രണ്ടാം ഭാഗത്തുള്ള ഉത്തരം നോക്കരുത്.

ഇതിന് പ്രേരണ നൽകുകയും അവതാരിക എഴുതുകയും ചെയ്ത എം പി ഗോപീനാഥിന് ചിത്രങ്ങൾ വരച്ച അജയ് കണ്ണാടിക്കും ആർ കെ പൊറ്റശ്ശേരിക്കും നന്ദി.

അച്ഛന്റെ ഓർമയ്ക്ക് മുമ്പിൽ ഈ എളിയ കൃതി സമർപ്പിക്കുന്നു.

ടി ശിവദാസ്

ഉള്ളടക്കം

ഭാഗം 1

ചോദ്യങ്ങൾ 5

ഭാഗം 2

ഉത്തരങ്ങൾ 31

ഭാഗം 1
ചോദ്യങ്ങൾ

1

ക്ലോക്ക്. നിത്യ പരിചയമുള്ള നമ്മുടെ സുഹൃത്ത്.

sshl pt¶ cw5aW nb Sn m³ Hcpt¢ mp v20sk ¡ â nW v F Sp¯ XvF ¦ nÂ 12aW nb Sn m³ F {X sk ¡ â vF Sp pw?

2

വലിയ ഒരു കുടുംബം. കുറെ കുട്ടികളുണ്ട്. ഒരാൺകുട്ടി പറഞ്ഞു: "എനിക്കുള്ള സഹോദരന്മാരുടെയും സഹോദരിമാരുടെയും എണ്ണം തുല്യമാണ്."

അപ്പോൾ പെൺകുട്ടികളിൽ ഒരാൾ പറഞ്ഞു: "എനിക്ക് സഹോദരിമാരുടെ, ഇരട്ടി സഹോദരന്മാരുണ്ട്."

രണ്ടും ശരിയാണ്.

എങ്കിൽ അവിടെ എത്ര കുട്ടികളുണ്ട്?

3

ഒരു സ്ഥാപനത്തിലെ ഡയറക്ടർ ബോർഡ് യോഗം. 10 പേർ ഹാജരായിട്ടുണ്ട്. യോഗാനന്തരം എല്ലാവരും പരസ്പരം ഹസ്തദാനം ചെയ്തു പിരിഞ്ഞു. ആകെ എത്ര ഹസ്തദാനം നടന്നിരിക്കും?

4

ഒരു ക്ലോക്കിന്റെ പ്രതിബിംബം എതിർ ചുമരിലെ കണ്ണാടിയിൽ കാണുന്നു. പ്രതിബിംബത്തിലെ സൂചികൾ 3.40ന്റെ സ്ഥാനത്താണ്.

എങ്കിൽ കൃത്യസമയം അപ്പോൾ എന്തായിരിക്കും?

5

ഒരു പാൽക്കാരിയുടെ കൈയിൽ 8 ലിറ്റർ, 5 ലിറ്റർ, 3 ലിറ്റർ വീതം കൊള്ളുന്ന 3 പാത്രങ്ങൾ മാത്രമേയുള്ളൂ. 8 ലിറ്റർ പാത്രത്തിൽ നിറയെ പാലുമുണ്ട്. ഒഴിച്ചുവെക്കാനായി മറ്റൊരു പാത്രവുമില്ല.

അവർക്ക് ഇവമാത്രം ഉപയോഗിച്ച് 4 ലിറ്റർ പാൽ കൃത്യമായി അളന്ന് എടുക്കണം. അത് എങ്ങനെ കഴിയും?

6

ഈ രൂപത്തിൽ എത്ര വ്യത്യസ്ത സമചതുരങ്ങളുണ്ട്? എത്ര വ്യത്യസ്ത ത്രികോണങ്ങളുണ്ട്?

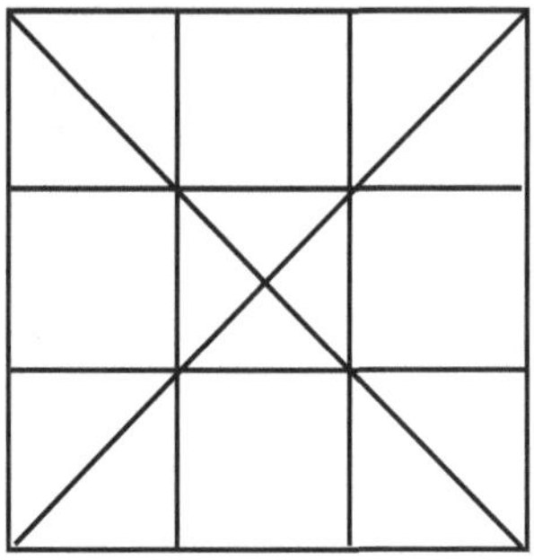

7

ഒരു പാർക്കിംഗ് ഏരിയയിൽ കുറെ ഓട്ടോറിക്ഷകളും കാറുകളുമുണ്ട്. ആകെ എണ്ണം 60. ചക്രങ്ങളുടെ എണ്ണം 205. എങ്കിൽ എത്ര കാറുകളുണ്ട്?

8

രണ്ട് മണൽ ഘടികാര(hour glass)ങ്ങളുണ്ട്. ഒന്നിന്റെ സമയം 11 മിനിറ്റ്, മറ്റേതിന്റേത് 7 മിനിറ്റ്. ഇവ മാത്രം ഉപയോഗിച്ച് കൃത്യം 15 മിനിറ്റ് എങ്ങനെ കണക്കാക്കും?

ഒരു രോഗിക്ക് 15 മിനിറ്റ് ഇടവിട്ട് മരുന്നുകൊടുക്കണം. ഈ രണ്ട് മണൽ ഘടികാരങ്ങൾ മാത്രമുപയോഗിച്ച് മരുന്നു കൊടുക്കേണ്ട സമയം എങ്ങനെ കണക്കാക്കുമെന്നാണ് അറിയേണ്ടത്?

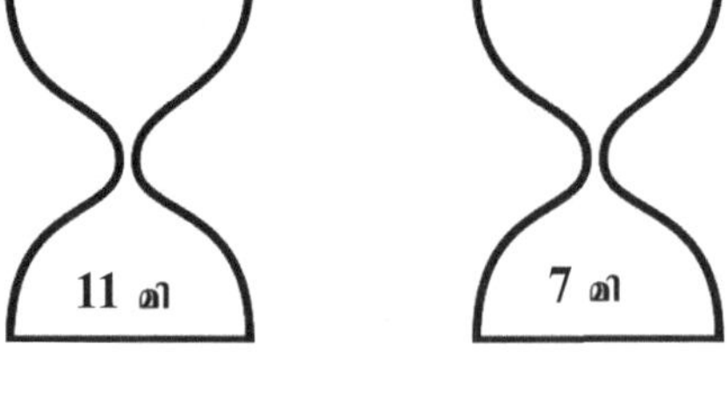

9

19 മീറ്റർ ഉയരമുള്ള കൊടിമരം. നല്ല മിനുസമുള്ള പ്രതലം. കുരങ്ങിന് അതിന്റെ ഉച്ചിയിലെത്തണമെന്ന് ആഗ്രഹം.

5 മിനിറ്റിൽ അത് രണ്ട് മീറ്റർ കയറും. മിനുസമുള്ള പ്രതലമായതിനാൽ നല്ല അധ്വാനമുണ്ടാവും. അടുത്ത 5 മിനിറ്റ് വിശ്രമിക്കും. അപ്പോൾ 1 മീറ്റർ വഴുതി താഴേക്ക് നീങ്ങും. അടുത്ത 5 മിനിറ്റിൽ വീണ്ടും 2 മീറ്റർ കയറും. തുടർന്ന് 5 മിനിറ്റ് വിശ്രമിക്കുമ്പോൾ 1 മീറ്റർ താഴേക്ക് വഴുതി നീങ്ങും. ഇങ്ങനെയാണ് കയറ്റം.

എങ്കിൽ ഉച്ചിയിൽ എത്താൻ എത്ര സമയം എടുക്കും?

10

ഇതിൽ എത്ര ത്രികോണങ്ങളുണ്ട്?

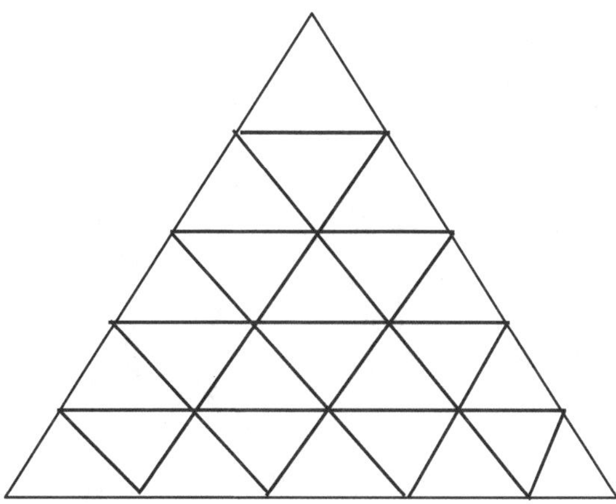

15

ക്ലാസിൽ 36 കുട്ടികളേയുള്ളൂ. ഒരു വരിയിൽ 7 പേർ വീതം വേണം. 6 വരിയായി നിർത്തണം. എങ്ങനെ കഴിയും?

16

1 മുതൽ 100 വരെ തുടർച്ചയായി എഴുതണം. എന്നാൽ നൂറാമത്തെ അക്കം ഏതായിരിക്കും?

നൂറ്റിഒന്നാമത്തെ അക്കം ഏതായിരിക്കും?

1, 2, 3, 4, 5, 6, 7, 8, 9, 10, 11, ...100

17

വെളിച്ചം തീരെയില്ലാത്ത ഒരു മുറി. കുറെ പന്തുകളുണ്ട്. എല്ലാം ഒരേ വലുപ്പമുള്ളവ.

30 എണ്ണം കറുത്തതാണ്. 25 എണ്ണം വെള്ളയാണ്. 20 എണ്ണം ചുവപ്പാണ്.

ഒരേ നിറമുള്ള 3 പന്തു കിട്ടണം. എങ്കിൽ ഏറ്റവും ചുരുങ്ങിയത് എത്ര പന്ത് എടുക്കണം.

18

ഒരു വീട്ടിൽ കുറെ കുട്ടികളുണ്ട്. അതിഥി വന്നത് മിഠായിയുമായാണ്. ഓരോ കുട്ടിക്കും മൂന്നു വീതം കൊടുത്തപ്പോൾ ഒരു മിഠായി ബാക്കിയായി.

4 വീതം കൊടുത്തപ്പോൾ ഒരു കുട്ടിക്ക് മിഠായി കിട്ടിയതുമില്ല.

എങ്കിൽ എത്ര കുട്ടികൾ?

എത്ര മിഠായി?

19

ഹൃദ്യയുടെ കൈയിൽ പോക്കറ്റ് മണിയായി 500 രൂപയുണ്ട്. എല്ലാം 10 രൂപയുടേയും 20 രൂപയുടേയും നോട്ടുകളായാണ്. ആകെ 41 നോട്ടുകളേയുള്ളൂ. എങ്കിൽ എത്ര 20 രൂപ നോട്ടുകളുണ്ട്?

20

ഹാർബറിൽ നിന്ന് നേരെ പോകുന്ന കപ്പൽ 360 കി മീ അകലെ എത്തിയതായി മനസിലായി. കപ്പലിന്റെ 10 ഇരട്ടി വേഗത്തിൽ പോകുന്ന ഹെലികോപ്റ്റർ ഉടനെ അവിടെനിന്നും പുറപ്പെട്ടു. എത്ര അകലെവെച്ച് ഹെലികോപ്റ്ററിന് കപ്പലിലെത്താം?

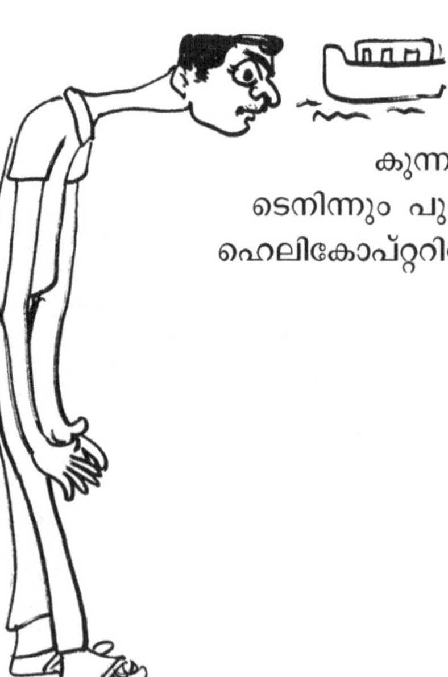

21

ലീലാവതി സംസ്കൃതത്തിലുള്ള ഗണിതശാസ്ത്ര കാവ്യ ഗ്രന്ഥ മാണ്. രചിച്ചത് ഭാസ്കരാചാര്യ രണ്ടാമൻ. 1150 ലാണ് അതിന്റെ രചനയെന്ന് കരുതുന്നു.

അതിലെ ഒരു ചോദ്യം

“കുറെ തേനീച്ചകളുണ്ട്. അവയിൽ അഞ്ചിലൊന്ന് കദംബ പൂക്കൾ അന്വേഷിച്ചുപോയി. മൂന്നിൽ ഒന്ന് പോയത് ഇലഞ്ഞിപ്പൂക്കൾ തേടിയാണ്. അവയുടെ വ്യത്യാസത്തിന്റെ മൂന്നിരട്ടി താമരപ്പൂക്കൾ അന്വേഷിച്ചു പറന്നു.

ബാക്കി ഒന്ന് മുല്ലമണം നുകർന്ന് മയങ്ങിനിന്നു. എങ്കിൽ എത്ര തേനീച്ചകൾ ഉണ്ടായിരുന്നു?

22

ഒരു സാധാരണ ചെസ്സ് ബോർഡ്. ഇതിൽ എത്ര സമചതുരങ്ങളുണ്ട്?

23

ശ്രേയയുടെ പോക്കറ്റ് മണി പേടകത്തിൽ എല്ലാം നാണയങ്ങളാണ്. 5 രൂപ, 2 രൂപ, 1 രൂപ $^1/_2$രൂപ, $^1/_4$ രൂപ നാണയങ്ങൾ മാത്രം.

ഓരോതരം നാണയങ്ങളുടെയും എണ്ണം തുല്യമാണ്. ആകെ 875 രൂപയാണുള്ളത്. എങ്കിൽ എത്ര നാണയങ്ങളുണ്ട്?

24

10 സെന്റ് സ്ഥലം വേണം. ഒരാൾ ബ്രോക്കറെ സമീപിച്ചു. ബ്രോക്കർ പറഞ്ഞു: "10 സെന്റ് സ്ഥലമുണ്ട്. അതിൽ 5 വരി തെങ്ങുമുണ്ട്. ഓരോ വരിയിലും 4 തെങ്ങുവീതവുമുണ്ട്."

സ്ഥലം പോയി കണ്ടപ്പോൾ ബ്രോക്കർ പറഞ്ഞത് അക്ഷരം പ്രതി ശരിയാണ്. പക്ഷേ ആകെ 10 തെങ്ങേയുള്ളൂ. അതെങ്ങനെ?

25

വൃത്താകൃതിയുള്ള കളിക്കളം. ജ്യേഷ്ഠാനുജന്മാരായ രണ്ടു പേർ കളിക്കളത്തിലെ പരിധിയിലൂടെ തന്നെ എതിർദിശകളിലായി

ഓടുകയാണ്. P എന്ന സ്ഥലത്തു നിന്നാണ് തുടക്കം. ജ്യേഷ്ഠൻ അനുജന്റെ മൂന്നിരട്ടി വേഗത്തിൽ ഓടുന്നു.

ഓട്ടം തുടങ്ങിയശേഷം അവർ നാലാമത് കണ്ടുമുട്ടുക എവിടെ വെച്ചായിരിക്കും?

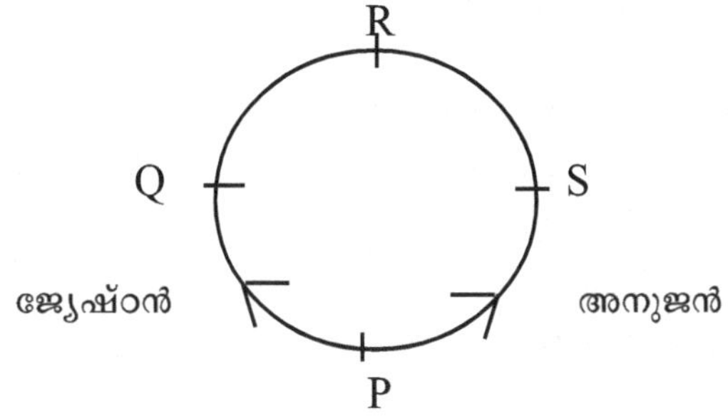

26

ഒരു സഞ്ചിയിൽ നാലു ചുവന്ന പന്ത്, ആറ് വെള്ളപ്പന്ത്, എട്ട് നീലപ്പന്ത്, 2 മഞ്ഞപന്ത്. ഇതിൽ എത്ര ചുവന്ന പന്ത് ചേർന്നാൽ സഞ്ചിയിലെ പന്തിൽ മുക്കാൽഭാഗം ചുവന്ന പന്താവും?

27

സ്വർഗ്ഗത്തിലേക്കും നരകത്തിലേക്കുമുള്ള കവാടങ്ങൾ അടുത്തടുത്താണ്. രണ്ടും കാഴ്ചയിൽ ഒരേപോലെ തന്നെ. ഓരോന്നിന്റെ മുന്നിലും ഓരോ ദ്വാരപാലകനുമുണ്ട്.

അതിൽ ഒരാൾ സത്യമേ പറയൂ. മറ്റേയാൾ കളവേ പറയൂ. ആരാണ് സത്യവാൻ? ആരാണ് കള്ളൻ? എന്നൊന്നും അറിയില്ല. അതിൽ ഏതെങ്കിലും ഒരാളോട് ഒരു ചോദ്യം മാത്രം ചോദിക്കാം. ഉത്തരത്തിൽ നിന്ന് സ്വർഗം ഏതാണെന്ന് മനസിലാക്കി അതിലേക്ക് കടക്കാം. എത്തുന്നത് നരകത്തിലെങ്കിൽ തുടർജീവിതം അവിടെത്തന്നെ. മറിച്ചാണെങ്കിൽ നിത്യസ്വർഗ്ഗം.

എന്തായിരിക്കണം ഈ ചോദ്യം എന്ന് നന്നായി ആലോചിച്ചു പറയൂ?

28

എന്റെ മുത്തശ്ശിയുടെ ഇപ്പോഴത്തെ വയസ്സ് ഒരു പൂർണ വർഗ സംഖ്യയാണ്. എന്റെ മാതാപിതാക്കൾക്ക് തമ്മിൽ ഒരു

വയസിന്റെ വ്യത്യാസമാണ്. അവരുടെ വയസിന്റെ വർഗങ്ങളുടെ വ്യത്യാസമാണ് മുത്തശ്ശിയുടെ വയസ്സ്.

മുത്തശ്ശിക്കും അച്ഛനമ്മമാർക്കും എത്ര വയസാണെന്ന് ഊഹിക്കാമോ?

29

ശബരിമല അയ്യപ്പന്റെ കടുത്ത ആരാധകനാണ് കണ്ണൂർക്കാരനായ ജയദേവൻ. എല്ലാ വർഷവും നടന്നാണ് ശബരിമല യാത്ര.

ഒരു ഞായറാഴ്ച രാവിലെ യാത്ര തുടങ്ങി, ശനിയാഴ്ച വൈകുന്നേരം അവിടെയെത്തി. പിറ്റേന്ന് തന്നെ മടക്കയാത്ര ആരംഭിച്ചു. അടുത്ത ശനിയാഴ്ച വൈകുന്നേരം കണ്ണൂരിൽ തിരിച്ചെത്തി. യാത്ര രണ്ടും ഒരേ വഴിയിലൂടെതന്നെ, ഒരേ വേഗത്തിൽ തന്നെ.

രണ്ടു യാത്രയിലും ഒരേ ആഴ്ച ഒരേ സമയം ഒരേ സ്ഥലത്ത് ജയദേവൻ എത്തുമെന്ന് ഉറപ്പുണ്ടോ?

ഉണ്ടെങ്കിൽ തെളിവെന്ത്? ഇല്ലെങ്കിൽ അതിന് തെളിവെന്ത്?

30

600 കി മീ അകലെയാണ് A , B എന്നീ രണ്ടു റെയിൽവേ സ്റ്റേഷനുകൾ. Aയിൽ നിന്ന് ഒരു ട്രെയിൻ മണിക്കൂറിൽ 60 കി മീ വേഗത്തിൽ Bയിലേക്കും മറ്റൊരു ട്രെയിൻ Bയിൽ നിന്ന് Aയിലേക്ക് മണിക്കൂറിൽ 40 കി മീ വേഗത്തിലും രാവിലെ 6 മണിക്ക് പുറപ്പെടുന്നു.

വേഗത്തിന് പ്രസിദ്ധിപെറ്റ ജീവിയാണല്ലോ കടന്നൽ. കടന്നൽ മണിക്കൂറിൽ 120 കി മീ വേഗത്തിൽ Aയിൽ നിന്ന് ട്രെയിൻ പുറപ്പെടുമ്പോൾതന്നെ മറ്റേ ട്രെയിനിലേക്ക് പറക്കുന്നു. അതു തൊട്ട ശേഷം തിരിച്ച് ആദ്യ ട്രെയിനിലേക്ക് പറക്കുന്നു. അതു തൊട്ട ഉടനെ രണ്ടാം ട്രെയിനിലേക്ക് പറക്കുന്നു. ഇങ്ങനെ രണ്ടു ട്രെയിനിലേക്കും മാറി മാറി ട്രെയിനുകൾ രണ്ടും സന്ധിക്കുന്നതുവരെ പറന്നുകൊണ്ടിരിക്കുന്നു.

കടന്നൽ ആകെ എത്ര കിലോമീറ്റർ പറന്നിരിക്കും എന്ന് കണക്കുകൂട്ടാമോ?

31

പരസ്പരം ലക്ഷ്യമാക്കി കുതിക്കുന്ന രണ്ട് മിസൈലുകൾ. ഒന്നിന്റെ വേഗം മണിക്കൂറിൽ 400 കി മീ, മറ്റേതിന്റേത് 200 കിമീ.

പുറപ്പെടുമ്പോൾ അവ തമ്മിലുള്ള ദൂരം 2200 കി മീ.

കൂട്ടിമുട്ടുന്നതിന് ഒരു മിനിറ്റു മുമ്പ് അവ തമ്മിലുള്ള അകലം എത്രയായിരിക്കുമെന്ന്, മനസിൽ കണക്കുക്കൂട്ടാമോ?

32

മൂന്നു സഞ്ചികൾ. ഒരേ നിറമുള്ളവ, ഒന്നിൽ 2 ചുവപ്പു ഗോട്ടി, രണ്ടാമത്തേതിൽ 2 പച്ച ഗോട്ടി, മൂന്നാമത്തേതിൽ ഒരു ചുവപ്പും ഒരു പച്ചയും.

ഓരോ സഞ്ചിയിലും ഏത് നിറമുള്ള ഗോട്ടിയാണ് അകത്തുള്ളത് എന്ന് കാണിക്കുന്ന ലേബൽ ഉണ്ടായിരുന്നു. കുസൃതിയായ ഒരു കുട്ടി മൂന്നു ലേബലും പറിച്ച്, സഞ്ചികളിൽ തന്നെ തെറ്റായി ഒട്ടിച്ചു. ഇപ്പോൾ ലേബലും അകത്തുള്ള ഗോട്ടിയുടെ നിറവും തമ്മിൽ യോജിക്കുന്നില്ല.

സഞ്ചിക്കകത്ത് നോക്കാതെ ഏറ്റവും ചുരുങ്ങിയത് എത്ര ഗോട്ടിയെടുത്താൽ മൂന്നു സഞ്ചികളിലും ഏത് നിറമുള്ള ഗോട്ടിയാണുള്ളതെന്ന് പറയാൻ കഴിയും?

33

ഒരു ഹൗസിംഗ് കോളനിയിൽ രണ്ടു തോട്ടമുണ്ട്. രണ്ടും സമചതുരത്തിലാണ്. ഇവയുടെ ആകെ വിസ്തീർണ്ണം ആയിരം ച. മീറ്റർ.

ഒന്നിന്റെ വശം മറ്റേതിനേക്കാൾ 20 മീറ്റർ കൂടുതലാണ്.

എങ്കിൽ രണ്ടിന്റെയും വിസ്തീർണ്ണം എത്ര വീതമാണെന്ന് പറയാമോ?

34

ഒരു മൂന്നക്ക സംഖ്യ എഴുതുക. തുടർന്ന് അതോട് ചേർന്നു തന്നെ അത് ആവർത്തിച്ച് എഴുതുക. ആറക്ക സംഖ്യയായല്ലോ.

ഈ ആറക്ക സംഖ്യയെ 7 കൊണ്ട് ഹരിക്കുക. ശിഷ്ട മുണ്ടാവില്ല.

ഹരണഫലത്തെ 11 കൊണ്ട് ഹരിക്കുക. അപ്പോഴും ശിഷ്ട മുണ്ടാവുകയില്ല. ആ ഹരണഫലത്തെ 13 കൊണ്ടു ഹരിക്കുക. ശിഷ്ടമുണ്ടാവുന്നില്ല. മാത്രമല്ല ആദ്യ മൂന്നക്ക സംഖ്യ തന്നെ കിട്ടുന്നു.

എന്താണിതിന് കാരണം എന്നു പറയാമോ?

35

ഒരു തുണിക്കടയിൽ കുറെ ടീ–ഷർട്ടുകളുണ്ട്. മൂന്നിലൊന്ന് ചുവപ്പാണ്. അതിനേക്കാൾ പത്ത് കുറവാണ് വെള്ള. മഞ്ഞയേ

ക്കാൾ പത്തു കൂടുതലാണ് വെള്ള. ബാക്കി മുപ്പതെണ്ണം നീല യാണ്.

എങ്കിൽ ആ തുണിക്കടയിൽ ഏറ്റവും ചുരുങ്ങിയത് എത്ര ടീ ഷർട്ടുകളുണ്ട്?

36

***ലീ**ലാവതി*യിൽ നിന്ന് ഒരു ചോദ്യം.

ഒരു താമരപ്പൊയ്കയും അരയന്നങ്ങളും.

അരയന്നങ്ങളുടെ വർഗമൂലത്തിന്റെ പകുതിയുടെ ഏഴിരട്ടി കരയിൽ അലസമായി നടക്കുന്നു. ബാക്കി രണ്ടെണ്ണം പൊയ്ക യിൽ നീന്തിത്തുടിക്കുന്നു. എങ്കിൽ എത്ര അരയന്നങ്ങളുണ്ട്?

37

ലളിതമായൊരു ചോദ്യം

ചെന്നൈയിൽ നിന്ന് കോയമ്പത്തൂർ വരെ 98 റയിൽവേ സ്റ്റേഷൻ ഉണ്ടെന്ന് കരുതുക. ഓരോ സ്റ്റേഷനിൽ നിന്നും മറ്റെല്ലാ

സ്റ്റേഷനുകളിലേക്കും ടിക്കറ്റ് ലഭിക്കണം. എങ്കിൽ ഇതിനായി എത്ര തരം ടിക്കറ്റ് അടിക്കണം?

38

അല്പം പഴയ കഥയാണ്.

മൂന്നു പുരോഹിതന്മാർ ആൾപ്പിടിയന്മാരുടെ ദ്വീപിൽ പോയി. മനഃപരിവർത്തനത്തിന് സന്നദ്ധരായ മൂന്നു പേരെയും കൊണ്ട് മടങ്ങുകയാണ്.

അവരേയുകൊണ്ട് നദി കടക്കണം. രണ്ടുപേർക്ക് മാത്രം കയറാവുന്ന തോണിയേ ഉള്ളൂ.

നദി കടക്കുന്നതിനിടയിൽ, തോണിയിലോ കരയിലോ പുരോഹിതന്മാരുടെ എണ്ണത്തിൽ കൂടുതലായി ആൾപ്പിടിയന്മാർ പാടില്ല. അങ്ങനെ വന്നാൽ പഴയ സ്മരണ ഉണർന്ന് പുരോഹിതന്മാരുടെ കഥ കഴിഞ്ഞതുതന്നെ.

അപ്പോൾ ഈ ആറുപേർ എങ്ങനെ പുഴ കടക്കും?

39

ഒരു പാൽക്കാരിയുടെ കൈയിൽ 24 ലിറ്റർ കാനിൽ നിറയെ പാലുണ്ട്. 13 ലിറ്റർ, 11 ലിറ്റർ, 5 ലിറ്റർ വീതം കൊള്ളുന്ന മൂന്നു പാത്രങ്ങൾ മാത്രമേ വേറെയുള്ളൂ.

ഈ പാത്രങ്ങൾ മാത്രം ഉപയോഗിച്ച് 24 ലിറ്ററിനെ 8 ലിറ്റർ വീതമായി 3 പാത്രങ്ങളിലാക്കാൻ പാൽക്കാരിക്കു കഴിഞ്ഞു.

എങ്ങനെയെന്ന് പറയാമോ?

40

ഒരു മൃഗശാലയിൽ കുറെ പുള്ളിമാനുണ്ട്. ഒരു വരിയായി ഗെയിറ്റ് ചാടിക്കടന്നാണ് അവ വെള്ളം കുടിക്കാൻ എത്തുക. പത്തുമിനിറ്റിൽ പത്തെണ്ണം ചാടിക്കടന്നു. എങ്കിൽ ഒരു മണിക്കൂറിൽ എത്ര എണ്ണം ചാടിക്കടക്കും?

41

ആയിരം ഒറ്റ രൂപാ നാണയങ്ങളുണ്ട്. പത്ത് കിഴികളിലായി വെക്കണം. ഒന്നുമുതൽ 1000 രൂപവരെ ഏത് തുക ആവശ്യപ്പെട്ടാലും എടുത്തുകൊടുക്കാൻ കഴിയണം.

ഏറ്റവും ചുരുങ്ങിയ എണ്ണം കിഴികളായി നൽകണമെങ്കിൽ ഓരോ കിഴിയിലും എത്ര നാണയങ്ങൾ വീതം വേണം?

42

2 സഹപാഠികൾ ബുക്ക്സ്റ്റാളിൽ പോയി. ഒരേ ബുക്കാണ് വാങ്ങേണ്ടത്. വാങ്ങാൻ നോക്കിയപ്പോൾ ഒരാളുടെ കൈയിൽ 10 രൂപ കുറവ്, മറ്റേയാളുടെ കൈയിലാവട്ടെ 51 രൂപ കുറവ്.

ആദ്യത്തെയാൾ മറ്റേയാളോട് പണം വായ്പ വാങ്ങി.

അപ്പോഴും പണം തികഞ്ഞില്ല. ഒരു രൂപ കുറവ്.

എങ്കിൽ ബുക്കിന്റെ വിലയെന്താണ് എന്ന് കണക്കാക്കാമോ?

43

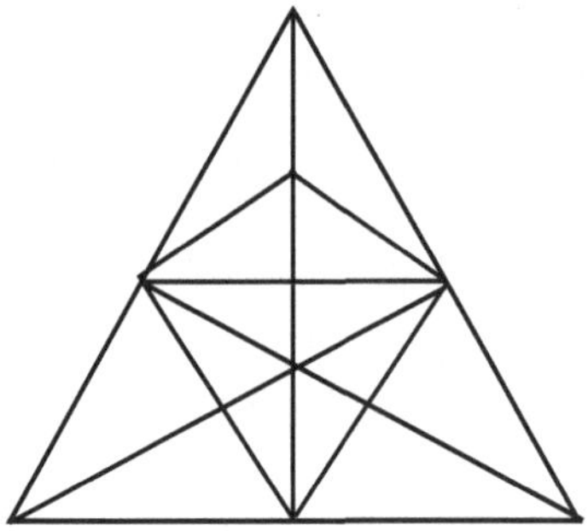

ഇതിൽ എത്ര ത്രികോണങ്ങളുണ്ട്?

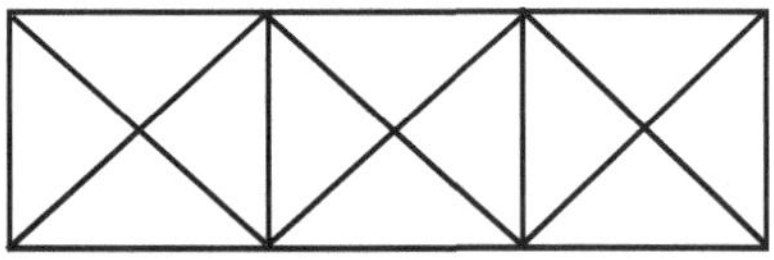

ഈ രൂപത്തിൽ എത്ര ത്രികോണങ്ങളുണ്ട്?

44

ഒരാൾ രാവിലെ 8 മണിക്ക് മണിക്കൂറിൽ 10 കിലോമീറ്റർ വേഗത്തിൽ സൈക്കിൾ ഓടിച്ചുപോവുന്നു.

മറ്റൊരാൾ അതേസമയം അതേ സ്ഥലത്തുനിന്നുതന്നെ ആദ്യമണിക്കൂറിൽ 1 കി മീ, രണ്ടാം മണിക്കൂറിൽ 2 കി മീ, മൂന്നാം മണിക്കൂറിൽ 3 കി മീ എന്ന ക്രമത്തിൽ ആദ്യത്തെയാളെ പിന്തുടരുന്നു.

ആദ്യത്തെയാളിനെ രണ്ടാമത്തെ ആൾക്ക് പിടിക്കാൻ കഴിയുമോ, എങ്കിൽ എത്ര മണിക്ക്? കഴിയില്ലെങ്കിൽ എന്തുകൊണ്ട്?

45

6 കപ്പിനും 4 പ്ലേറ്റിനും 6 സോസറിനും 2 ട്രേയ്ക്കും കൂടി 560 രൂപ. 3 ട്രേയ്ക്കും 4 പ്ലേറ്റിനും 8 കപ്പിനും 8 സോസറിനും കൂടി വില 710 രൂപ.

ഒരു കപ്പിന്റെയും സോസറിന്റെയും കൂടിയുള്ള വിലയാണ് ഒരു ട്രേയ്ക്ക്.

എന്നാൽ ഒരു ട്രേയുടെ വിലയെന്തെന്നു പറയാമോ?

46

ഇന്ത്യാ ഗവൺമെന്റ് നാണയമടിക്കുന്ന കമ്മട്ടം. 1991 മുതൽ 2000 വരെ അടിച്ച ഒരു രൂപാ നാണയങ്ങളിൽ ഏതോ ഒരു വർഷം അടിച്ച നാണയങ്ങൾക്കെല്ലാം തൂക്കം $^1/_4$ ഗ്രാം കുറവായിരുന്നു.

ആകെ ഒരു തവണ മാത്രം തൂക്കി ഏതു വർഷത്തെ നാണയങ്ങൾക്കാണ് തൂക്കക്കുറവ് എന്നു കണ്ടെത്താമോ?

47

രണ്ടുപേർ ട്രെയിനിൽ യാത്ര ചെയ്യുകയായിരുന്നു. ഭക്ഷണസമയമായപ്പോൾ ഒരാൾ 6 ദോശ വാങ്ങി. മറ്റെയാൾ 4 ദോശയും.

കഴിക്കാറായപ്പോൾ ഒരാൾ കൂടി കയറി വന്നു. അദ്ദേഹം ഭക്ഷണം കരുതിയിരുന്നില്ല. 10 ദോശ ഇവർ മൂന്നുപേരും കൂടി തുല്യമായി പങ്കുവെച്ച് കഴിച്ചു.

വന്ന ആൾ ഇറങ്ങാനുള്ള സ്റ്റേഷനായപ്പോൾ 20 രൂപ എടുത്ത് ഇവർക്ക് നിർബന്ധമായി നൽകി. 'നിങ്ങൾ രണ്ടുപേരും പങ്കിട്ടെടുക്കണം' എന്നുപറഞ്ഞ് ഇറങ്ങിപ്പോയി.

ഈ തുക ഇവർ ഏതുവിധത്തിൽ നീതിപൂർവ്വകമായി പങ്കിടും?

48

1 രൂപ മുതൽ 16 രൂപ വരെ വെച്ച് സീൽ ചെയ്ത 16 കവറുകളുണ്ട്.

നാലുപേർക്ക് ഇത് തുല്യമായി കൊടുക്കണം.

എങ്ങനെ കൊടുക്കാം?

49

ഒരു ക്ഷേത്രത്തിന്റെ ശ്രീകോവിലിലേക്ക് പോവാൻ 4 കവാടങ്ങൾ കടക്കേണ്ടതുണ്ട്. ഓരോ കവാടത്തിലും ദ്വാരപാലക പ്രതിഷ്ഠയുണ്ട്, ശാന്തിക്കാരനും.

ക്ഷേത്രത്തിലേക്ക് കൊണ്ടുപോകുന്ന നാളികേരത്തിൽ പകുതിവീതം ഓരോ ദ്വാരപാലക മണ്ഡപത്തിൽ സമർപ്പിക്കണം. കൂടാതെ ഒന്നു വീതം അവിടത്തെ ശാന്തിക്കാരനും നൽകണം.

ഇങ്ങനെ നാല് കവാടത്തിലും നൽകിയശേഷം ശ്രീകോവിലിലേക്ക് പോവുമ്പോൾ രണ്ട് നാളീകേരം ഉണ്ടാവണമെങ്കിൽ, എത്ര നാളീകേരം കൊണ്ടുപോവണം?

50

ഒരു യന്ത്രത്തിൽ 3 ലൈറ്റുകളുണ്ട്. കൃത്യസമയം ഇടവിട്ടാണ് ഇവയെല്ലാം കത്തുന്നത്. നീല ലൈറ്റ് 1 മിനിറ്റിൽ 3 തവണയും പച്ച ലൈറ്റ് 2 മിനിറ്റിൽ 5 തവണയും ചുവപ്പ് ലൈറ്റ് 3 മിനിറ്റിൽ 5 തവണയും കത്തും.

ഒരു മണിക്കൂറിൽ ഇവ മൂന്നും ഒരുമിച്ച് എത്ര തവണ കത്തും?

ഭാഗം 2
ഉത്തരങ്ങൾ

1

55 സെക്കന്റ്.

സംഭവം മനസിൽ കാണുക. 5 മണിയടിക്കുമ്പോൾ 4 ഇടവേള. ഒരു ഇടവേള 5 സെക്കന്റ്. $4 \times 5 = 20$ സെക്കന്റ്

5 സെ   5 സെ   5 സെ   5 സെ

|- - -|- - -|- - -|- - -|

12 മണിയടിക്കുമ്പോൾ 11 ഇടവേള. വേണ്ടത് $11 \times 5 -= 55$ സെക്കന്റ്.

2

ആകെ 7 കുട്ടികൾ. ആൺ 4, പെൺ 3.

ആൺകുട്ടിക്ക് 3 സഹോദരന്മാർ, 3 സഹോദരിമാർ.

പെൺകുട്ടിക്ക് 2 സഹോദരിമാർ, 4 സഹോദരന്മാർ.

3

45 ഹസ്തദാനങ്ങൾ.

10 പേർ ഡയറക്ടർ ബോർഡ് യോഗത്തിൽ പങ്കെടുത്തു.

ഒരു വഴി:

ഒരാൾ 9 പേരുമായി ഹസ്തദാനം ചെയ്യുന്നു. അങ്ങനെ 10 പേർ ചെയ്യുമ്പോൾ $9 \times 10 = 90$ ആയി. പക്ഷേ, A, Bയുമായി ഹസ്തദാനം ചെയ്താൽ B, Aയുമായി ചെയ്യേണ്ടതില്ലല്ലോ. അപ്പോൾ 90ന്റെ പകുതി മതി = 45

മറ്റൊരു വഴി:

ഒരാൾ 9 പേരുമായി ഹസ്തദാനം നടത്തി. അദ്ദേഹം മാറി നിൽക്കുന്നതായി കണക്കാക്കുക. ബാക്കി 9 പേരിൽ ഒരാൾ 8 പേരുമായി ഹസ്തദാനം ചെയ്യും; ബാക്കി 8 പേരിൽ ഒരാൾ 7 പേരുമായി ചെയ്യും. അങ്ങനെ അവസാനം 2 പേരാവും. അവർ തമ്മിൽ ഒരു ഹസ്തദാനം.

ആകെ 9+8+7+6+5+4+3+2+1 = 45

4

പ്രതിബിംബത്തിലെ മണിക്കൂർ സൂചി 3നും 4 നും ഇടയിലാണെങ്കിൽ ക്ലോക്കിലെ മണിക്കൂർ സൂചി 9നും 8നും ഇടയിലായിരിക്കും.

പ്രതിബിംബത്തിലെ മിനിട്ടു സൂചി 8ൽ എങ്കിൽ ക്ലോക്കിലേത് 4നുനേരെയായിരിക്കും.

സമയം 8.20

എളുപ്പവഴി

പ്രതിബിംബത്തിലെ സ്ഥാനവും ക്ലോക്കിലെ സമയവും കാണാൻ 11.60ൽ നിന്ന് കുറച്ചാൽ മതി.

11.60−
3.40
8.20

5

8 ലിറ്റർ പാത്രത്തിൽനിന്ന് 5 ലിറ്റർ പാത്രത്തിലേക്ക് നിറയെ പാൽ ഒഴിക്കുക. അതിൽ നിന്ന് 3 ലിറ്റർ പാത്രത്തിലേക്ക് നിറയെ ഒഴിക്കുക.

ഇപ്പോൾ 8 ലിറ്റർ പാത്രത്തിൽ ബാക്കി 3 ലിറ്ററും 5 ലിറ്റർ പാത്രത്തിൽ ബാക്കി 2 ലിറ്ററും 3 ലിറ്റർ പാത്രത്തിൽ നിറയേയും പാൽ ഉണ്ടാവുമല്ലോ.

ഇനി 3 ലിറ്റർ പാത്രത്തിലെ പാൽ മുഴുവൻ 8 ലിറ്റർ പാത്രത്തിലേക്ക് പകരുക. തുടർന്ന് 5 ലിറ്റർ പാത്രത്തിലെ 2 ലിറ്റർ പാൽ മഴുവൻ 3 ലിറ്റർ പാത്രത്തിലേക്ക് ഒഴിക്കുക.

ഇപ്പോൾ 8 ലിറ്റർ പാത്രത്തിൽ 6 ലിറ്ററും 3 ലിറ്റർ പാത്രത്തിൽ 2 ലിറ്ററും പാൽ ആയി, 5 ലിറ്റർ പാത്രം കാലിയുമായി.

തുടർന്ന് 8 ലിറ്റർ പാത്രത്തിലെ 6 ലിറ്റർ പാലിൽനിന്ന് 5 ലിറ്റർ പാത്രത്തിലേക്ക് നിറയെ ഒഴിക്കുക. ബാക്കി 8 ലിറ്റർ പാത്രത്തിൽ 1 ലിറ്റർ ഉണ്ടാവും. മറ്റു പാത്രങ്ങളിൽ 5 ലി, 2 ലി വീതവും.

ഇനി 5ലിറ്റർ പാത്രത്തിലെ പാൽ 3 ലി പാത്രത്തിലേക്ക് ഒഴിക്കുക. ഒരു ലിറ്ററേ ഒഴിക്കാൻ കഴിയൂ. ബാക്കി 5 ലിറ്റർ പാത്രത്തിൽ 4 ലിറ്റർ പാൽ ഉണ്ടാവും, മൂന്നു ലിറ്റർ പാത്രത്തിലെ പാൽ 8 ലിറ്റർ പാത്രത്തിൽ ഒഴിച്ചാൽ അതിലും 4 ലിറ്റർ പാലായി.

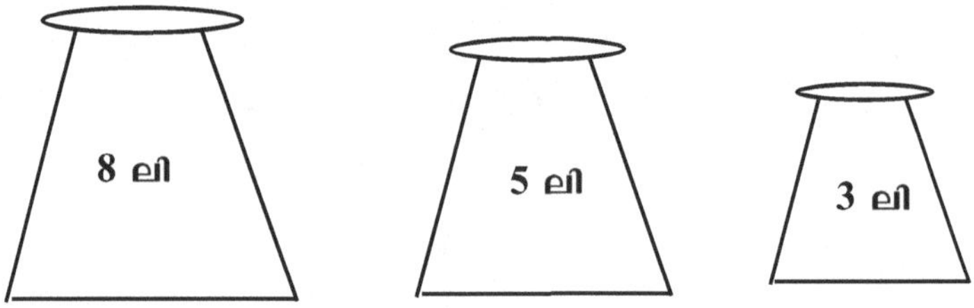

8	0	0
3	5	0
3	2	3
6	2	0
6	0	2
1	5	2
1	4	3

വേറെയും വഴികളുണ്ടാകാം. കണ്ടെത്തുക.

6

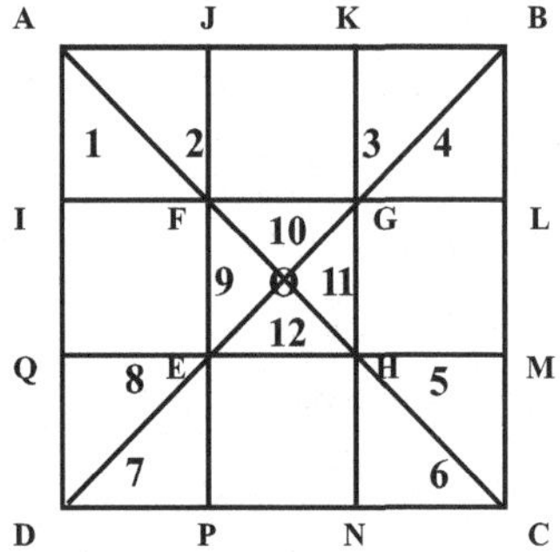

സമചതുരങ്ങൾ ചെറുത്	9
4 എണ്ണം വീതം ചേർന്നത്	4
എല്ലാം കൂടി ചേർന്നത്	1

ആകെ 14 സമചതുരങ്ങൾ

ത്രികോണങ്ങൾ

ചെറുത് 12 എണ്ണം

9 ഉം 10 ചേർന്നത്, 10ഉം 11ഉം ചേർന്നത്, 11ഉം 12 ഉം ചേർന്നത്, 12ഉം 9 ഉം ചേർന്നത് 4 എണ്ണം.

$\triangle AOB, \triangle BOC, \triangle COD, \triangle DOA$ = 4 എണ്ണം
$\triangle ABC, \triangle BCD, \triangle CDB, \triangle DAC$ = 4 എണ്ണം
$\triangle AHQ, \triangle BEM, \triangle DIG, \triangle CLF$ = 4 എണ്ണം
$\triangle DGN, \triangle AHK, \triangle BJE, \triangle DGN$ = 4 എണ്ണം

ആകെ 32 എണ്ണം

7

എല്ലാം ഓട്ടോറിക്ഷകളായിരുന്നുവെങ്കിൽ $60 \times 3 = 180$ ചക്രങ്ങളാണ് ഉണ്ടാവുമായിരുന്നത്. 25 ചക്രം കൂടുതലുണ്ട്.

അപ്പോൾ കാറുകളുടെ എണ്ണം 25 തന്നെ.

8

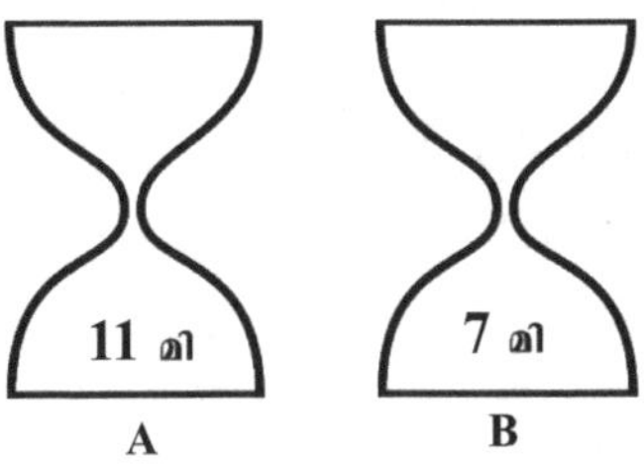

Aയും Bയും ഒരേ സമയം പ്രവർത്തിപ്പിക്കുക. 7 മിനിറ്റ് ആവുമ്പോൾ ആ ഘടികാരം തന്നെ തിരിച്ചുവയ്ക്കുക.

11 മിനിറ്റ് ആവുമ്പോഴേയ്ക്കും Bയിൽ 4 മിനിറ്റിന്റെ മണ്ണ് വീണിരിക്കും. ഉടനെ Bതന്നെ തിരിച്ചുവെയ്ക്കുക. 4 മിനിറ്റിന്റെ മണ്ണ് വീണുതീരുമ്പോഴേയ്ക്കും 11 + 4 = 15 മിനിറ്റ് ആയിരിക്കും.

9

2 മണിക്കൂർ 55 മിനിറ്റ്.

10 മിനിറ്റിൽ കുരങ്ങ് ഫലപ്രദമായി 1 മീറ്റർ മാത്രമേ കയറുന്നുള്ളൂ. ഓരോ 10 മിനിറ്റിലും 1 മീറ്റർ വീതം.

17 മീറ്റർ ഫലപ്രദമായി കയറാൻ 170 മിനിറ്റുവേണം.

അടുത്ത 5 മിനിറ്റിൽ അത് 19 മീറ്റർ ഉയരത്തിലെത്തും.

ആകെ വേണ്ടത് 175 മിനിറ്റ്.

10

ഒറ്റ ത്രികോണങ്ങൾ = 25
4 എണ്ണം ചേർന്നവ = 10
9 എണ്ണം ചേർന്നവ = 6
16 എണ്ണം ചേർന്നവ = 3
25 എണ്ണവും ചേർന്നത് = 1
തല തിരിഞ്ഞ് നിൽക്കുന്നത് (4 എണ്ണം വീതമുള്ളത്) = 3
ആകെ 48

11

3 ബൈക്ക് 4 ആൾ

12

ആണിന്റെ പുറത്ത് 7 ചാക്ക്, പെണ്ണിന്റെ പുറത്ത് 5 ചാക്ക്

13

4 തവണ തൂക്കിയാൽ മതി. 81നെ 27 എണ്ണം വീതമുള്ള 3

ഗ്രൂപ്പുകളാക്കുക. തുലാസിന്റെ തട്ടുകളിൽ 27 എണ്ണം വീതം വെക്കുക. തൂക്കക്കുറവുള്ളത് അവയിൽ ഉണ്ടെങ്കിൽ ആ തട്ട് ഉയർന്ന് നിൽക്കുമല്ലോ. ഇവ രണ്ടും തുല്യമാണെങ്കിൽ മറ്റേ ഗ്രൂപ്പിലായിക്കും കുറവുള്ളത്.

ഇനി തൂക്കക്കുറവുള്ളത് 9+9+9 എന്നിങ്ങനെ 3 ഗ്രൂപ്പാക്കുക. ഇതേപോലെ തൂക്കുക. അതിൽ നിന്ന് തൂക്കക്കുറവുള്ള ഗ്രൂപ്പ് മനസിലാക്കി 3+3+3 ആയി തൂക്കുക.

തുടർന്ന് 1+1+1 ആയി ഓരോ തട്ടിൽ ഓരോന്ന് വെച്ച് തൂക്കുക. 4 തൂക്കംകൊണ്ട് കുറവുള്ളതിനെ തിരിച്ചറിയാം.

14

1, 3, 9, 27 കി ഗ്രാം വീതമുള്ള കട്ടികളായാണ് പൊട്ടിയത്. ഇവകൊണ്ട് 1 മുതൽ 40വരെയുള്ള കി ഗ്രാം തൂക്കാമെന്ന് കണ്ടെത്താൻ കഴിയും.

15

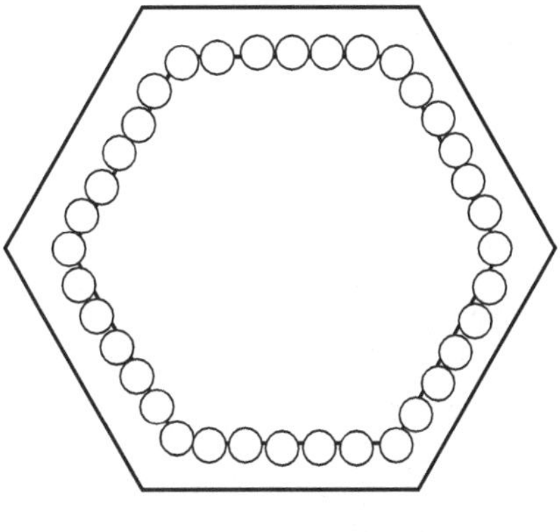

6 വരി. 7 പേർ ഓരോ വരിയിലും. ആകെ 36 പേർ.

16

നൂറാമത്തെതും നൂറ്റി ഒന്നാമത്തെതും 5 ആയിരിക്കും.

1 മുതൽ 9 വരെ 9 അക്കം. 10 മുതൽ 54 വരെ $(54 - 9) \times 2 = 90$ അക്കം.

ഇതോടെ 99 അക്കമായി. അടുത്ത സംഖ്യ 55 ആണല്ലോ. നൂറാമത്തേത് 5.

നൂറ്റിഒന്നാമത്തേതും 5.

17

7 എണ്ണം എടുത്താൽ മതി.

3 എണ്ണം മാത്രം എടുത്താൽ 3 ഉം വ്യത്യസ്ത നിറമാവാം.

4 ആയാൽ 2+2 ഓ, 2+1+1 ഓ ആവാം.

5 ആയാൽ 2+2+1 ആയേക്കാം.

6 ആയാൽ 2+2+2 ആയേക്കാം.

7 എണ്ണം എടുത്താൽ ഒരേ നിറമുള്ള 3 എണ്ണം അതിലുണ്ടാകും എന്ന് ഉറപ്പിക്കാം.

18

5 കുട്ടികൾ, 16 മിഠായി.

19

9 ഇരുപത് രൂപ നോട്ടുകൾ

32 പത്തുരൂപ നോട്ടുകൾ

എങ്ങനെ കണ്ടെത്താം.

എല്ലാം 10 രൂപ നോട്ടുകളായിരുന്നെങ്കിൽ 410 രൂപയേ ഉണ്ടാവൂ. 90 രൂപ കൂടുതൽ ഉണ്ട്. ഇതിന് കാരണം 9 ഇരുപതുരൂപ നോട്ടുകളാണല്ലോ.

20

400 കിലോമീറ്റർ അകലെവച്ച് ഹെലികോപ്റ്ററിന് കപ്പലിൽ ഇറങ്ങാം.

കപ്പൽ 1 കി മീ പോവുമ്പോൾ ഹെലികോപ്റ്റർ 10 കിലോമീറ്റർ പോവുമല്ലോ. കപ്പലിനെ അപേക്ഷിച്ച് 9 കിലോമീറ്റർ കൂടുതൽ പോവും.

കപ്പൽ 40 കിലോമീറ്റർ പോവുമ്പോഴേക്കും ഹെലികോപ്റ്റർ $9 \times 40 = 360$ കി മീ കൂടുതൽ പോവും. കപ്പലിലെത്തും.

21

ആകെ 15 തേനീച്ചകൾ.

കദംബം അന്വേഷിച്ചു പോയത് 3

ഇലഞ്ഞിപ്പൂക്കൾ തേടിപ്പോയത് 5

ഇവയുടെ വ്യത്യാസത്തിന്റെ (5–3) മൂന്നിരട്ടി $(2 \times 3) = 6$ താമരപ്പൂക്കൾ തേടിപ്പോയി. ബാക്കി 1 മുല്ലപ്പൂവിന്മേൽ.

22

204 സമചതുരങ്ങൾ.

ചെറിയ സമചതുരങ്ങൾ	8 × 8 = 64
4 എണ്ണം ചേർന്നവ	7 × 7 = 49
9 എണ്ണം ചേർന്നവ	6 × 6 = 36
16 എണ്ണം ചേർന്നവ	5 × 5 = 25
25 എണ്ണം ചേർന്നവ	4 × 4 = 16
36 എണ്ണം ചേർന്നവ	3 × 3 = 9
49 എണ്ണം ചേർന്നവ	2 × 2 = 4
64ഉം ചേർന്നത്	1
	204

23

500 നാണയങ്ങൾ.

100 × 5 രൂപ = 500 രൂപ
100 × 2 രൂപ = 200 രൂപ
100 × 1 രൂപ = 100 രൂപ
100 × 0.5 രൂപ = 50 രൂപ
100 × 0.25 രൂപ = 25 രൂപ

875 രൂപ

എളുപ്പത്തിൽ എങ്ങനെ കണ്ടെത്താം?

എല്ലാ നാണയങ്ങളും ഓരോന്ന് ആണെങ്കിൽ മൂല്യം 5+2+1+0.5+0.25 = (8.75 രൂപ).

ആകെ 875 രൂപയാണല്ലോ. 8.75ന്റെ 100 ഇരട്ടി വരും.

24

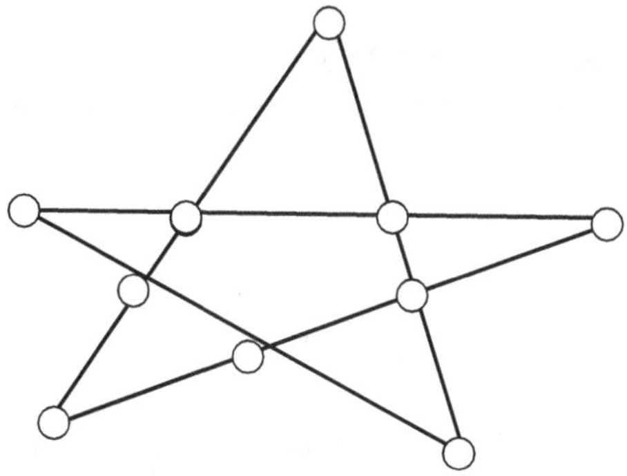

തെങ്ങുകൾ ഇങ്ങനെയാണ്.

25

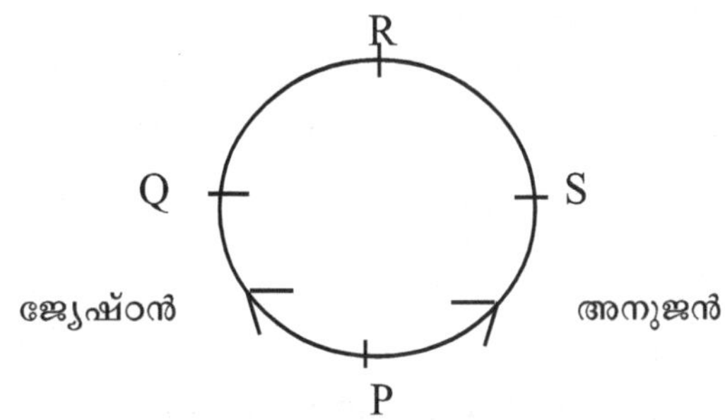

ഒന്നാമത് കണ്ടുമുട്ടുക Sൽ, രണ്ടാമത് Rൽ, മൂന്നാമത് Qവിൽ, നാലാമത് Pയിൽ.

26

44 ചുവന്ന പന്തു ചേർക്കണം. 4 ചുവന്ന പന്തും 6+8+2 =16 മറ്റു നിറ പന്തുകളാണുള്ളത്.

മുക്കാൽ ഭാഗം ചുവന്ന പന്താവുമ്പോൾ ബാക്കി കാൽ ഭാഗമാവണം ഈ 16.

$^1/_4$ ഭാഗം = 16

അപ്പോൾ മുക്കാൽ ഭാഗം = 48

48ൽ 4 എണ്ണം മാത്രമേ ഇപ്പോൾ ഉള്ളൂ. 44 എണ്ണം ചേർക്കണം.

27

ഏതെങ്കിലും ഒരു ദ്വാരപാലകനോട് ഇങ്ങനെ ചോദിക്കുക: "സ്വർഗ്ഗ കവാടം ഏതാണെന്ന് മറ്റേ ദ്വാരപാലകനോട് ചോദിച്ചാൽ ഏതായിരിക്കും അദ്ദേഹം കാണിക്കുക?"

ഉത്തരമായി ചൂണ്ടിക്കാണിക്കുന്ന കവാടം ഒഴിവാക്കി മറ്റേതിലൂടെ ധൈര്യമായി കടന്നോളൂ. സ്വർഗത്തിലെത്തും.

സത്യവാനോട് ചോദിക്കുന്നതെന്നു കരുതുക. മറ്റയാൾ കളവുമാത്രം പറയുന്നവനായിരിക്കുമല്ലോ. അയാൾ നരകകവാടമായിരിക്കും കാണിക്കുക.

ഇനി കളവു പറയുന്നവനോടാണ് ചോദിച്ചതെങ്കിലോ, സത്യവാൻ പറയുന്നതായി ഇദ്ദേഹം പറയുന്നത് തെറ്റായിരിക്കുമല്ലോ.

28

മുത്തശ്ശിക്ക് 81ഓ, 49 ഓ വയസ്സ് ആവാം. കാരണം മാതാപിതാക്കളുടെ വയസിന്റെ വ്യത്യാസം ഒന്നാണെങ്കിൽ അവരുടെ വയസിന്റെ വർഗങ്ങളുടെ വ്യത്യാസം ഒറ്റസംഖ്യയായിരിക്കും.

81 എങ്കിൽ അച്ഛനമ്മമാരുടെ വയസ്സ് 41, 40.

49 എങ്കിൽ അവരുടെ വയസ്സ് 25, 24

ഇങ്ങനെ രണ്ട് സെറ്റ് ഉത്തരമുണ്ട് ഈ ചോദ്യത്തിന്.

29

ഒരേ സമയം ഒരേ സ്ഥലത്ത് എത്തുമെന്നതിന് തെളിവുണ്ട്.

യാത്ര ചെയ്തത് രണ്ടുപേരാണെന്നും ഞായറാഴ്ച രാവിലെ ഒരാൾ കണ്ണൂരുനിന്ന് ശബരിമലയ്ക്കും മറ്റേയാൾ ശബരിമലയിൽ നിന്ന് കണ്ണൂരേക്കും യാത്രയാരംഭിക്കുന്നു എന്നു കരുതുക.

യാത്ര ഒരേ വഴിയിലൂടെയായതിനാൽ അവർ രണ്ടുപേരും വഴിയിൽ കണ്ടുമുട്ടുമല്ലോ.

30

720 കി മീ.

രണ്ടു ട്രെയിനുകളുടെയും ആപേക്ഷികവേഗം (Relative speed) മണിക്കൂറിൽ 60+40 = 100 കി മീ ആണല്ലോ. 600 കി മീ ദൂരം ഇതു രണ്ടുംകൂടി ഓടാൻ 6 മണിക്കൂർ വേണം.

അത്രയും സമയം മണിക്കൂറിൽ 120 കി മീ വേഗത്തിൽ കടന്നൽ പറന്നിരിക്കും.

പറന്ന ദൂരം $120 \times 60 = 720$ കി മീ.

31

അഭിമുഖമായി നീങ്ങുന്ന മിസ്സൈലുകളുടെ ആപേക്ഷിക വേഗം മണിക്കൂറിൽ 400 + 200 = 600 കി മീ

മിനിറ്റിൽ 10 കി മീ.

അവ കൂട്ടിമുട്ടുന്നതിന് ഒരു മിനിറ്റുമുമ്പ് അവ തമ്മിലുള്ള അകലം 10 കി മീയായിരിക്കും.

32

'ചുവപ്പ് – പച്ച' എന്നെഴുതിയ സഞ്ചിയിൽ നിന്ന് ഒരു ഗോട്ടി എടുത്താൽ മതി. അത് ചുവപ്പാണെങ്കിൽ അതിലുള്ള മറ്റേതും ചുവപ്പായിരിക്കുമല്ലോ.

അപ്പോൾ 'പച്ച' എന്ന സഞ്ചിയിൽ ചുവപ്പും പച്ചയുമായിരുന്നു. ചുവപ്പ് എന്ന സഞ്ചിയിൽ പച്ചയുമായിരിക്കും.

33

പറയാം. 900 ച മീ, 100 ച മീ

$1000 = 30^2 + 10^2$

$1000 = 26^2 + 18^2$

ഇതിൽ വശത്തിന്റെ വ്യത്യാസം നോക്കുമ്പോൾ 30ഉം 10ഉം തന്നെ.

34

$\mathbf{7} \times 11 \times 13 = 1001$

ഒരു മൂന്നക്ക സംഖ്യയെ 1001 കൊണ്ട് ഗുണിക്കുമ്പോഴാണ് അതേ സംഖ്യ ആവർത്തിച്ച് എഴുതിയ ആറക്ക സംഖ്യയുണ്ടാവുന്നത്.

35

ഏറ്റവും ചുരുങ്ങിയത് 63 ടീ ഷർട്ടുകൾ ഉണ്ടായിരിക്കും.

മഞ്ഞ ഒന്നെങ്കിലും വേണമല്ലോ. അപ്പോൾ വെള്ള 11, ചുവപ്പ് 21.

1+11+21+30 = 63

36

പതിനാറ് അരയന്നങ്ങൾ. വർഗമൂലം 4. പകുതി 2. എഴിരട്ടി 14. 14 ഉം 2 ഉം 16.

37

98 ൽ ഓരോ സ്റ്റേഷനിൽ നിന്നും മറ്റു 97 സ്റ്റേഷനുകളിലേക്കും ടിക്കറ്റ് തയ്യാറാക്കണം.

ആകെ തയ്യാറാക്കേണ്ട ടിക്കറ്റ് $98 \times 97 = 9506$ തരം.

38

ഒരു പുരോഹിതനും ഒരാൾപ്പിടിയനും കടക്കുന്നു. പുരോഹിതൻ മാത്രം മടങ്ങുന്നു.

രണ്ട് ആൾപ്പിടിയന്മാർ കടക്കുന്നു
ഒരാൾപിടിയൻ മടങ്ങുന്നു.

രണ്ടു പുരോഹിതന്മാർ കടക്കുന്നു. ഒരു പുരോഹിതനും ഒരാൾപ്പിടിയനും മടങ്ങുന്നു.

രണ്ടു പുരോഹിതന്മാർ കടക്കുന്നു. ഒരാൾപ്പിടിയൻ മടങ്ങുന്നു. രണ്ട് ആൾപ്പിടിയന്മാർ കടക്കുന്നു. ഒരാൾപ്പിടിയൻ മടങ്ങുന്നു.

അവസാനമായി രണ്ട് ആൾപ്പിടിയന്മാരും കടക്കുന്നു.

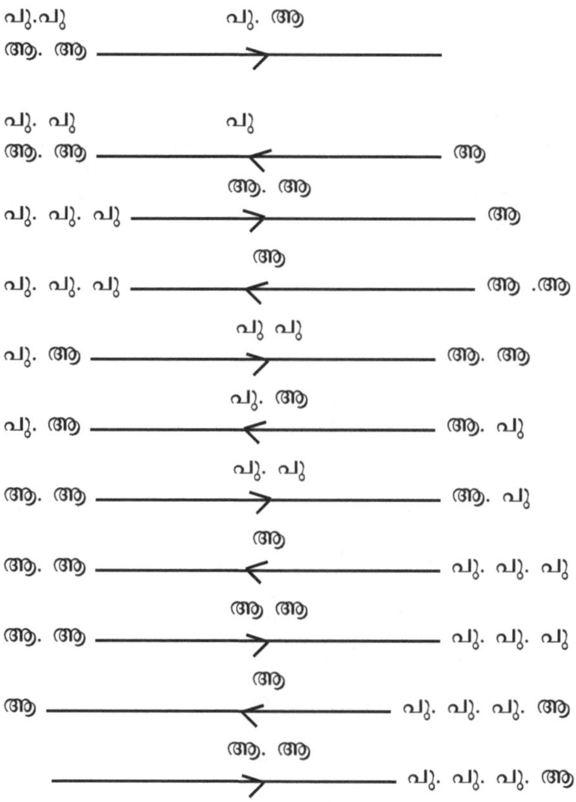

39

24ലി	13 ലി	11 ലി	5 ലി
24	–	–	–
8	–	11	5
8	11	–	5
8	13	–	3
8	13	3	–
8	8	3	5
8	8	8	–

40

60 എന്നത് ശരിയല്ല. ഒന്നാമത്തേത് ചാടിക്കടക്കുമ്പോഴാണല്ലോ പത്ത് മിനിറ്റ് കണക്കാക്കാൻ തുടങ്ങുന്നത്. പിന്നീട് 9 എണ്ണമാണ് പത്തുമിനിറ്റിൽ ചാടുന്നത്. ഓരോ പത്തുമിനിറ്റിലും 9 വീതം.

60 മിനിറ്റിൽ $6 \times 9 = 54$ എണ്ണം ആദ്യം ചാടിയതടക്കം 55.

41

1 ______ 1 നാണയം

2 ______ 2 നാണയം

3 ______ 4 നാണയം

4 ______ 8 നാണയം

5 ______ 16 നാണയം

6 ______ 32 നാണയം

7 ______ 64 നാണയം

8 ______ 128 നാണയം

9 ______ 256 നാണയം

10 ______ 489 നാണയം

42

ബുക്കിന് a രൂപ എന്ന് കരുതുക. ഒന്നാമത്തവന്റെ കൈയിൽ a – 10 രൂപ – രണ്ടാമത്തവന്റെ കൈയിൽ a – 51 രൂപ.

$(a - 10) + (a - 51) = a - 1$

$2a - 61 = a - 1$

$a = 60$ രൂപ

43

അമ്പത്തഞ്ച് ത്രികോണങ്ങളുണ്ട് ഇതിൽ.
രണ്ടാമത്തെ ചിത്രത്തിൽ 28 ത്രികോണങ്ങളുണ്ട്.

44

പിടിക്കാൻ കഴിയും.
19 മണിക്കൂർ ഓടിയാൽ, രാത്രി 3 മണിക്കാണ് പിടിക്കുക.

$$\frac{n}{2}(n+1)=10n$$

$$n=19$$

45

6 കപ്പ് + 4 പ്ലെയ്റ്റ് + 6 സോസർ + 2 ട്രേ	= 560 രൂപ
8 കപ്പ് + 4 പ്ലെയ്റ്റ് + 8 സോസർ + 3 ട്രേ	= 710 രൂപ
അപ്പോൾ 2 കപ്പ് + 2 സോസർ + 1 ട്രേ	= 150 രൂപ
പക്ഷേ 2 കപ്പ് + 2 സോസർ	= 2 ട്രേ
3 ട്രേ	= 150
1 ട്രേയ്ക്ക്	= 50 രൂപ

46

1991 ലെ ഒരു നാണയം + 1992 ലെ രണ്ടു നാണയം + 1993 ലെ മൂന്നു നാണയം +........+ 2000ത്തിലെ 10 നാണയം = 55 നാണയങ്ങൾ.

ഈ 55 നാണയങ്ങൾ എടുത്ത് ഒന്നിച്ച് തൂക്കുക. 55 നാണയങ്ങൾക്ക് വേണ്ട ശരിയായ തൂക്കത്തിന് 1/4 ഗ്രാം കുറവാണെങ്കിൽ 1991 ലെ നാണയങ്ങൾക്കാണ് തൂക്കക്കുറവ് എന്ന് മനസി

ലാക്കാം. 1/2 ഗ്രാം ആണ് കുറവെങ്കിൽ ഇങ്ങിനെ 1992ലെ നാണയങ്ങൾക്കാണ് കുറവ് എന്ന് വ്യക്തമാവുന്നു. എത്ര ഗ്രാമാണോ തൂക്കക്കുറവ്, അതിനെ 1/4 കൊണ്ട് ഹരിച്ചാൽ നമുക്ക് വർഷം ഏതെന്ന് കണക്കാക്കാം.

47

10 ദോശ ഇവർ മൂന്നുപേരും തുല്യമായി പങ്കുവെച്ചുവല്ലോ. ഒരാൾക്ക് $3^1/_3$ ദോശ കിട്ടിയിരിക്കും.

ഒന്നാമത്തേയാൾ $3^1/_3$ ദോശ കഴിച്ചു. ബാക്കി $6 - 3^1/_3 = 2^2/_3$ ദോശ.

രണ്ടാമത്തെയാൾ $3^1/_3$ എണ്ണം കഴിച്ചു. ബാക്കി $4 - 3^1{}_3 = {}^2/_3$ ദോശ.

മൂന്നാമത്തെയാൾക്ക് കിട്ടിയത്

$2^2/_3 + {}^2/_3 = 3^1/_3$ ദോശ

$$2\frac{2}{3}:\frac{2}{3}=\frac{8}{3}:\frac{2}{3}$$

8 : 2

4 : 1

20 രൂപയെ 4 : 1 എന്നു ഭാഗിച്ചാൽ ഒരാൾക്ക് 16 രൂപ, മറ്റേയാൾക്ക് 4 രൂപ.

48

ഒന്നാമത്തെ ആൾക്ക് 16 + 15 + 1 + 2 കവറുകൾ

രണ്ടാമത്തെ ആൾക്ക് 14 + 13 + 3 + 4 കവറുകൾ

മൂന്നാമത്തെ ആൾക്ക് 12 + 11 + 5 + 6 കവറുകൾ

നാലാമത്തെ ആൾക്ക് 10 + 9 + 7 + 8 കവറുകൾ

49

അവസാനം 2 നാളികേരം വേണമെങ്കിൽ നാലാം കവാടത്തിൽ എത്തുന്നതിന് മുമ്പ് 6 എണ്ണം വേണം.

മൂന്നാം കവാടത്തിൽ എത്തുന്നതിന് മുമ്പ് 14 എണ്ണം വേണം.

രണ്ടാം കവാടത്തിൽ എത്തുന്നതിന് മുമ്പ് 30 എണ്ണം വേണം.

ക്ഷേത്രത്തിലേക്ക് പോകുമ്പോൾ 62 എണ്ണം വേണം.

50

നീല 20 സെക്കന്റിലും പച്ച 24 സെക്കന്റിലും ചുവപ്പ് 36 സെക്കന്റിലും കത്തുന്നു.

ഇവയുടെ LCM 360 സെക്കന്റ്

ഒരു മണിക്കൂറിൽ ഒന്നിച്ച് കത്തുന്നത്

$$\frac{60 \times 60}{360} = 10 \text{ തവണ}$$

കണക്കിലെ
രസബിന്ദുക്കൾ

kanakile rasabindukkal
balasahithyam

•

t sivadas

•

first edition
november 2008

•

typesetting
lekshmi graphics, thiruvananthapuram

•

published
chintha publishers, thiruvananthapuram

•

cover and illustration
ajai kannadi

വിതരണം

ദേശാഭിമാനി ബുക്ക് ഹൗസ്

H O തിരുവനന്തപുരം-695 001

ബ്രാഞ്ചുകൾ

ദേശാഭിമാനി റോഡ് തിരുവനന്തപുരം • ഓവർബ്രിഡ്ജ് തിരുവനന്തപുരം • കെ എസ് ആർ ടി സി ബസ് സ്റ്റേഷൻ ആലപ്പുഴ • കെ എസ് ആർ ടി സി ബസ് സ്റ്റേഷൻ എറണാകുളം • ഐ ജി റോഡ് കോഴിക്കോട് • മാവൂർ റോഡ് കോഴിക്കോട് • എൻ ജി ഒ യൂണിയൻ ബിൽഡിംഗ് കണ്ണൂർ

CO - 1247 / 2165